சந்தியா
பதிப்பகம்

கலாப்ரியா

கலாப்ரியா என்கிற தி.க.சோமசுந்தரம் (30-07-1950) திருநெல்வேலியில் பிறந்தவர். வண்ணதாசன் தந்த உந்துதலாலும் உற்சாகத்தாலும் எழுத ஆரம்பித்து, 1969 முதல் 45 ஆண்டுக் காலமாக தமிழின் அநேகமான எல்லா இலக்கிய, வெகுஜன இதழ்களிலும் இவரது கவிதைகளும் கட்டுரைகளும் வெளியாகி உள்ளன. ஆங்கிலம், ஃப்ரெஞ்ச், இந்தி, மலையாளம், கன்னடம், தெலுங்கு, வங்காளம் ஒரியா உள்ளிட்ட பல மொழிகளில் இவரது கவிதைகள் மொழிபெயர்க்கப்பட்டுள்ளன. குற்றாலத்தில், 1987-2007 காலகட்டத்தில் கவிஞர் பிரம்மராஜன் முன்மொழிவுடன், எந்த நிறுவனங்களின் ஆதரவுமின்றி இவர் நடத்திய பல கவிதைப் பட்டறைகள், இலக்கியக் கருத்தரங்குகள் பலராலும் பங்கு பெறப்பட்டு, இன்னமும் பலராலும் பேசப்படுபவை. கலைமாமணி விருது, கவிதைக்கணம் விருது, கண்ணதாசன் இலக்கியவிருது, சிற்பி இலக்கிய விருது, நீதியரசர் வி.ஆர்.கிருஷ்ண அய்யர் விருது, திருப்பூர் தமிழ்ச் சங்க விருதுகள், தேவமகள் இலக்கிய விருது, சுஜாதா உயிர்மை விருது ஆகியவை இவர் பெற்ற விருதுகளில் சில. வெவ்வேறு காலகட்டத்தில் தொகுக்கப்பட்ட மொத்தக் கவிதைகளின் மூன்று பதிப்புகள் உட்பட பதினான்கு கவிதை நூல்களும், ஆறு கட்டுரைத் தொகுப்புகளும் வெளிவந்துள்ளன. 'தண்ணீர்ச் சிறகுகள்', தொடர்ந்து இயங்கி வரும் இவரது இருபத்தியோராவது நூல்.

தண்ணீர்ச் சிறகுகள்

கலாப்ரியா

சந்தியா பதிப்பகம்
சென்னை - 83.

தண்ணீர்ச் சிறகுகள்
© கலாப்ரியா

முதற்பதிப்பு: 2014
அளவு : டெமி ● தாள் : 60 gsm ● பக்கம்: 80
அச்சு அளவு : 11 புள்ளி ● விலை: ரூ. 70/-
அச்சாக்கம் : சென்னை மைக்ரோ பிரிண்ட் பி.லிமிட்,
சென்னை - 29.

சந்தியா பதிப்பகம்
புதிய எண் 77, 53வது தெரு, 9வது அவென்யூ,
அசோக் நகர், சென்னை - 600 083.
தொலைபேசி: 044 - 24896979

ISBN: 978-93-84915-06-3

Thanneer Siragukal
© **Kalapriya**

Printed at Chennai Micro Print Pvt Ltd.,
Chennai - 29.

Published by
Sandhya Publications
New No. 77, 53rd Street, 9th Avenue, Ashok Nagar,
Chennai - 600 083. Tamilnadu.
Ph: 044 - 24896979

Price Rs. 70/-

sandhyapathippagam@gmail.com
sandhyapublications@yahoo.com
www.sandhyapublications.com

❄

"அவளன்றி ஐவரால் ஆவதொன்று இல்லை
அவளன்றி ஊர் புகும் ஆறறியேனே...."

மனோகரமான மதுரை நினைவுகளுடன்,

சி.மோகனுக்கு

❄

நொடிகளை உருவாக்கும் கவிதைகள்.....

செப்புச் சட்டி பானை
விளையாட்டுச் சமையலில்
பசி தீர்ந்துவிடும்
குழந்தைகள்
போல்
திருப்தி வந்து விடுமா
எழுதுகிறவனுக்கு

இப்படி ஒரு விஷயம் நீண்ட நாட்களாக எனக்குத் தோன்றுவது உண்டு. ரசிகமணி டி.கே.சி அவர்களின் பேரன் தீப நடராஜன் ஒரு சமயம் வீட்டுக்கு வந்து பேசிக் கொண்டிருந்தார். சுவாரசியமான பேச்சு. அப்போது என் பெரிய பெண் பாரதி சின்னக் குழந்தை. அதிகம் போனால் மூன்று வயது இருக்கும். பெரிய தொந்தரவு எதுவும் செய்யாமல் அவள், அம்பாசமுத்திரம் மரக் கடைசல் செப்புச் சாமான் களை வைத்து விளையாடிக் கொண்டிருந்தாள். அவை 'ஆகி வந்த' பழைய செப்புச் "சட்டி'யா'னைகள்". அதாவது எங்கள் வீட்டில் எனக்கு மிஞ்சிய பிதுரார்ஜித சொத்துக்கள். அவை போக புது வரவாக பிளாஸ்டிக்கில் கேஸ் அடுப்பு, மிக்ஸி போன்றவையும், எவர்சில்வர் தோசைக்கல் போன்றவைகளும் அவள் செப்புச் 'சட்டியானை'களில் அடக்கம். நடராஜன் அண்ணாச்சி "அப்ப எல்லாரும் இருங்க, நான் கௌம்பரேன்" என்று சொல்லிக்கொண்டு கிளம்பவும், என் குழந்தை, "மாமா இருங்க, இந்தா தோசை சுட்டுட் டம்லா சாப்பிட்டுட்டு போங்க..." என்று ஒரு செப்புச் சட்டியானத் தட்டு ஒன்றை நீட்டினாள். எல்லோருக்கும் சிரிப்பை அடக்க வெகு நேரமாயிற்று. நடராஜன்

அண்ணாச்சியும், நெசம் போல தட்டை வாங்கி இரண்டு வாய் சாப்பிட்டு விட்டு," அருமைடி, தோசை பிரமாதம்..." என்று சொன்னார்கள்.

அவளைப் பார்க்கும் போதெல்லாம் "எம்மா நீ வெறும் வாயிலயே தோசை சுட்டுப் போட்டவள்ல்லா... அதுக்கு அப்புறம் எனக்கு பசியே எடுக்கலைன்னா பாத்துக்கயேன்..." என்று கேலி பேசுவார்கள். உள்ளபடியே நாங்கள் அன்று அவர்களை உண்மையாகவே உபசரித்திருந்தால்க் கூட இவ்வளவு நாள் அதை ஞாவகம் வைத்திருப்பார்களா தெரியவில்லை. இந்த விளையாட்டை அவர்கள் ரசித்ததும் பெரிய விஷயம். என்ன இருந்தாலும் ரசிகமணியின் பேரனல்லவா.... ரசிகமணி சொல்லுவாராம், "செண்பகப் பூவை முகர்ந்து பார்க்கையில் ஒரு வித சோக பாவம் உண்டாகும், கவனிச்சிருக்கியேளா..." என்று. குறிஞ்சிப் பூ மாதிரி, செண்பகப் பூவும் பங்குனி சித்திரையில் மட்டும்தான் பூக்கும். இலுப்பையும் செண்பகமும் ஒரு குறிஞ்சி நில வாசனையாய்க் குற்றாலத்தைச் சுற்றி வரும் அந்த இளவேனிலின் ஆரம்பத்தில்,மருத நிலத்தை வேப்பம் பூக்களின் வாசனை ஆக்கிரமிக்கும். செண்பகப் பூ வாசம், அடிவாரம், கோயில்ப் பிரகாரம் எங்கும் நிரம்பியிருக்குமே தவிர, செண்பக மரங்கள் அப்படியொன்றும் எளிதில் தட்டுப்படாது. காட்டுக்குள் அல்லது யார் பங்களாவிலாவது அபூர்வமாய் மரம் இருக்கும். கூவை இலையில் பொதிந்து கடைகளில் அல்லது தெருவில் அபூர்வமாக விற்பார்கள். இப்போது இதிலும் ஹைப்ரிட், ஒட்டு வகைகள் வந்துவிட்டன. சமீபத்தில் குற்றாலம் கோயில் வாசலில் கடைகளில் குவியலாக செண்பகப் பூக்களைப் பார்த்தபோது ஆச்சரியமும் அதிர்ச்சியுமாக இருந்தது. ஆனால் கோயிலைப் பிரகாரிக்கிற பழைய வாசனை இல்லை. வாசனையே இல்லை.

அப்போது ஒரு விஷயம் மனசுக்குள் ஓடிற்று... இவ்வளவு சிந்தனைகளையும் மகரந்தமாய் அதற்குள் அடக்கிக்கொண்டு,

"பகீர் என்று இருந்தது
செண்பகப்பூவைக்
கடையில்
குவியலாய்ப்
பார்த்த போது....".

என்று இவ்வளவு நல்ல அனுபவங்களையும், காலில் போட்டு மிதிப்பதுபோல் தோன்றிற்று. யாருக்கானாலும் சிகரெட்டைக் காலால் தேய்த்து அணைப்பது போல, ஒரு பூவை, மிதிக்க மனம் வருமா.

இன்னொரு, ஆனால் நேர் எதிரான, அனுபவம். திரைப் படக் கலைஞர் ரோஹிணிக்கு ஒரு செய்தி அனுப்பி இருந்தேன். அது கிடைத்த மறுநாள்க் காலையில் "வணக்கம்... ரோஹிணி பேசுகிறேன்.." என்று தனக்கேயுரிய ஒரு நேசிப்புக் குரலில் அழைத்துப் பேசினார். அந்தக் குரலின் அன்பில் ஒரு மணம் வீசியது. பேசி முடித்தும் மணம் நின்ற பாடில்லை. செண்பகப் பூவின் மணத்துக்கும் இதே குணம். மற்றவை போல, முகர முகர மணம் மறையாது.

தொடர்ந்த ஒரு நொடியில்

"வாழ்கிறோமோ இல்லையோ
செண்பகப் பூ
விற்கிற குரல் கேட்டு
ஆரம்பிக்கிற
நாள்
நன்றாகவே இருக்கிறது"

என்று ஒரு சில வரிகள் தோன்றிற்று. அதை மேற்கொண்டு எதுவும் திருத்தி எழுதவோ மாற்றவோ தோன்றவில்லை. ஏன் மாற்ற வேண்டுமென்று கூடத் தோன்றிற்று. ஆனால், அந்தக் குரலை பொதுமைப் படுத்திய வரிகளாகவே சிந்தித்ததை மறுப்பதற்கில்லை. ஒரு கவிதைக்குப் பின் புலமாக ஒரு தனிப்பட்ட அனுபவம் அல்லது சினேகம் அல்லது உணர்வு காரணமாக இருக்கலாம். ஆனால் அது பொதுமைப் படுத்தப் படுகிறபோதே எல்லாருக்குமான கவிதையாக எப்போதைக்கும் நிற்கும்.

சின்னக் குழந்தை விளையாட்டில் ஆரம்பித்து, செண்பகப்பூவிற்கு நகர்ந்து, சினேகக் குரல் கிளர்த்தும் கவிதையில் வந்து நிற்கிறேன். இப்படி, அநேக பொழுது ஒரு கவி உலகில், சஞ்சரிப்பவனாகக் காலம் கலைஞர்களில் ஒருவனை அல்லது ஒருத்தியை மாற்றி வைத்து விடுகிறது. அதிலிருந்து வெளியேறுவது அவ்வளவு சுலபமில்லை. "ஸ்கேட்டிங் உருளையைக் கட்டிக்கொண்டு சாதாரணமாக நடப்பது சாத்தியமில்லாதது போல". ஒன்று சறுக்கு

9

உருளையைக் கைவிடவேண்டும் அல்லது அந்நேரம் வழுகிக் கொண்டு போவதில் லயிக்கவேண்டும்.

"தான் சமைத்த,
தன் உலகில்,
தானே தொலைந்து
போகிறான் கலைஞன்.."

என்பதும் ஒரு நிதர்சனம்...

ஒரு நடுப்பகல், ஏதோ ஒரு கம்பளத்து நாயக்கர் பெண்ணோ என்னவோ, குறி சொல்கிற தோற்றங்களோடு வந்து வாசலில் தயங்கி நின்றது. குறி கேளுங்கள் என்று கூப்பிடவுமில்லை. வெயிலுக்கு இதமாய் நடை நிழலில் அமர்ந்து கொண்டது. 'யாரது' என்கிற மாதிரி நான் அருகே சென்று பார்த்தபோது, தண்ணீர் கேட்டது. தம்ளரில் தண்ணீர் கொடுத்தேன். அதை வாங்காமல் சிறிய தயக்கத் திற்குப் பின், உயர்நிலைத் தண்னீர்த் தொட்டியிலிருந்து நானே நேரடியாகப் பிடித்து கொஞ்சம் தண்ணீர் அருந்திக் கொள்ளலாமா என்று கேட்டது. நான் வீட்டின் பக்க வாட்டில் இருந்த அப்படி ஒரு குழாயைக் காட்டினேன், என்னைக் கடந்து போனபோது ஒரு வித்தியாசமான, சிறு கிழங்கின் வாசனை கலந்தாற் போல் வியர்வை வாசம் வந்தது. ஒரு பாட்டிலில் பிடித்து பாதி அருந்திவிட்டு மீதியை வைத்துக்கொண்டு நடந்தது. தம்ளர் தண்ணீரை தூரக் கொட்டிவிட்டு உள்ளே வந்தேன். அந்த நொடி வரை சாதாரண வளமையான நாளாயிருந்தது, சட்டென ஒரு அசாதாரண உருமாற்றம் பெற்றது.

"என் வீட்டுத் திண்ணையில்
சற்றே தங்கி நீரருந்திச் சென்ற
நாடோடிப் பெண்ணின்
வியர்வை வாசனையை
வீட்டுக்குள் எடுத்து வந்தேன்
காலித் தம்ளருடன்"

என்று எழுதத்தோன்றியது.

"The poet doesn't invent. He listens". - Jean Cocteau

கவிஞன் கண்டுபிடிப்பதில்லை. அவன் கவனிக்கிறான் என்கிறார் ழீன் காக்தே.

ஆமாம் கவனிக்கிறவன் கவிஞன் ஆகலாம். நம்மைச் சுற்றி நிகழ்பவை எல்லாவற்றிலும், எல்லா நொடியிலும் கவிதை இருக்கிறது. ஆனால் கவிதையில் அத்தனை நிகழ்வையும் அப்படியே வைக்க வேண்டியதில்லை. அப்படிச் செய்தால் அது கதை போலாகிவிடும். கதை என்றால் கால, தேச, வர்த்தமானங்களுக்குள் அடங்கிவிடும். கவிதை அப்படி அடங்காது. அடங்கினால் அது கவிதை இல்லை. இவற்றைத் துறந்து நிற்பது நல்ல கவிதை எனலாம். ஒரு குழந்தைமை நிலையில் கவிதைகள் உருவானாலும் குழந்தை போல எளிதில் திருப்தி அடைந்து விடுவதில்லை கவிஞன். இந்த அதிருப்தி எந்தக் கலைஞனுக்கும் ஏற்படுகிறது தான். நானும் இன்னும் திருப்தியடையாத கவிஞனாகவே உணர்கிறேன்.

இந்தத் தொகுப்பில் உள்ள கவிதைகள் எந்த முன் முடிவு அல்லது நீண்ட தயாரிப்புகள் எதுவும் பெரும்பாலும் இல்லாதது. முகநூலில் எழுதிய முன்னூற்றிச் சொச்சம் கவிதைகளில் இருந்து ஒரு தரத்ததாய் தேர்ந்தவை இவை. முகநூலில் வருகிற எல்லாக் கவிதைகளையும் எல்லாரும் விரும்புவதில்லை. சிலர் மிகச் சரியாக சில கவிதைகளுக்கே தங்கள் விருப்பத்தைத் தெரிவிக்கிறார்கள். எனக்கு நன்கு அறிமுகமான ராஜ சுந்தர்ராஜன், இரா.முருகன் போன்ற மூத்த கவிஞர்களும், அறிமுகம் இல்லாத அமுதாதமிழ், விஷ்ணு ஸ்வரூப் போன்ற இளையவர்களும் இதற்கு சட்டென்று சொல்லமுடிகிற உதாரணம். அவர்களுக்கும் பொதுவாகக் கவிதைகளுக்கு விருப்பம் தெரிவித்த அனைவருக்கும் என் நன்றி. இந்தத் தொகுப்பைப் பொறுத்தவரை நான் அதிகமும் நன்றி சொல்ல வேண்டியவர் ஓவியர் தம்பி ஞானப்பிரகாசம் ஸ்தபதிதான். ஈடுபாட்டுடனும் அன்புடனும் அவர் முகப்பு ஓவியமும் முக ஓவியமும் படைத்துத் தந்துள்ளார். இதற்காக அவர் என்னுடன் ஓவிய மொழியிலும் நான் என் மொழி யிலும் நடத்திய சில உரையாடல்கள், முக்கியமானவை. இந்தத் தொகுப்பையும் சிரத்தையுடனும் சிறப்பாகவும் கொண்டு வரும் சந்தியா பதிப்பகத்திற்கு என் என்றைக்குமான நன்றி.

“ஒரு மகிழ்ச்சியை, சந்தோஷத்தைக் கொண்டாட மதுரையைவிடச் சிறந்த ஊர் கிடையாது,” என்று வண்ணநிலவன் சொல்லுவார், அப்படிச் சிறந்த நிகழ்வுகளை, நினைவுகளை மதுரை எனக்கு அளித்துள்ளது. சொல்லப்

போனால் திருநெல்வேலியையும், இந்த இடைகால் ஊரையும் விடுத்து நான் கிட்டத்தட்ட இரண்டு வருடங்கள்போல வெளியூரில் தங்கி இருந்திருக்கிறேன் என்று சொன்னால் அது மதுரையில்த்தான். அந்த மனோகரமான நிகழ்வுகளின் நாயகனாக, இன்றும் எனக்கு நெருக்கமும் அன்பும் நிறைந்தவர் சி.மோகன். அவருக்கு இந்த நூல் எளிய சமர்ப்பணம். வாசகர்கள் அனைவருக்கும் வணக்கமும் நன்றியும்.

இடைகால் அன்புடன்

15-11.2014 **கலாப்ரியா**

தண்ணீர்ச் சிறகுகள்

மொழியை ஊமையாக்கும்
ஓவியம்.
ஓவியத்தைப் பேசவைக்கும்
மொழி.

●

பூ வாடும் வரை
நாரைச் சூடிக்
கொண்டிருப்பதாய்
யாரும் நினைப்பதில்லை

●

கஷ்டப்பட்டு
ஏறும் போது காணாமல்ப்
போகிறது மலை....

●

மானின் ரத்தம்
புலி மடுவில்ப்
பாலாய்

●

ஊஞ்சலுக்கு ஒரு
செல்லப்பொறாமை
தொட்டிலைப் பார்த்து

(வேறு)

தொட்டிலின்
தாய்மை
ஊஞ்சலுக்கில்லை

●

இன்றைக்குக்
கண்டு கொண்டேன்
எல்லாப் பறவைகளின்
நிழலிலும்
ஒரு காகம் இருப்பதை

●

அந்த விடுதலை வீரனின்
நினைவு மண்டப
அருங்காட்சியகத்தில்
இருந்ததெல்லாம்
நூற்றாண்டு மொன்னையுடன்
ஒரு குத்துவாள்
புதிய கயிற்றில்
கோர்க்கப்பட்ட
துருப்பிடித்த கவண்
உருண்டையாய் வடிக்கப்பட்ட
யாரின் ரத்தக்கறையோ படிந்த
ஒரு கவண் கல்

●

புழு
நிழல் சேர்ந்துவிட்டது
இனி குற்ற போதமின்றி
என் தானிய வரிகளை
அதன் பாதையில்
வெயிலில்
விரித்துக் காய வைக்கலாம்

●

அட்டகாசமாய்ச்
சிரித்தோடி
தெருவுக்கு வருகிறான்
நீர் சொட்டும் உடலுடன்
அம்மணக் குழந்தை
வெட்கித் திரும்புகிறாள்
விரட்டி வந்த தாய்
படியிறங்கும் முன்
என்னைப் பார்த்து

தயக்கத்தின் அழகியல்

●

*காலம்
ஓடிக் கொண்டே
யிருக்கிறது
அழைப்பு மணி
அமுக்கி விட்டு
ஓடும்
குழந்தையைப் போல*

●

*யார் தொட்டுச்
சுருள நேருமென்று
தெரியாது
மழைக்காலத்திற்குச்
சேமியுங்கள் என்று
வீடு வீடாய்ச் சொல்லக்
கிளம்பி விட்டது
வளையல்ப் பூச்சி*

●

*என் நாட்குறிப்பில்
உறைந்து கிடப்பது
உங்கள் காலமும்தான்*

●

மனக் குட்டை
நீந்திக் களித்து வெளியேறும்
எருமையின்
மீதிருந்து உதிர்ந்து
ரத்தவாய் ஈரச் சேற்றில் துடைத்தபடி
ஊர்ந்தூர்ந்து நீருக்கு மீள்கிறது
அடங்கா உன்
நினைவுகளெனக்
குளத்து அட்டை

●

என் முகம்
துணைவி முகம்
மற்றும் ஒரு
கண்ணாடி
ஆக நான்கு முகங்கள்
பணி ஓய்வு வாழ்க்கையில்
தினமும் நாங்கள்
பகிர்ந்து கொள்ள

●

கண்ணகி
வானேகும் போது
(இடமுலை திருகிய,
ஏனைய)
காயங்கள்
ஆறி இருந்தனவா

●

ஒரு
அளவான
திருஷ்டிப் பொட்டில்
மிக
அழகாக இருந்த தன்
குழந்தையின் முகத்தை
ஒவ்வொரு அலங்காரத்திலும்
மீளவும்
நினைத்துக் கொண்டிருக்கிறாள்
தாய்
கூடவே அன்றைய இரவின்
அற்புதமான கலவியையும்

●

இன்னும் காமம்
களைந்திராத
ஆடைகள்
நேர்ப் படுத்தியபடி
சிறு வீட்டின்
கதவம் திறப்பவளைச்
சோம்பலாய்த்
தழுவுகிறது
உள்ளூர்க்
காலைவெயில்

●

நல்ல நடன நிகழ்ச்சி
பார்த்து விட்டு வருகையில்
கலவி முடிந்த
களைப்பு

●

வெட்கமறியாத
ஆசையில் கிளர்ந்த
கலவி
சிணுங்கும் குழந்தை
கண்டு சுருட்டிச்
சுருண்டு கொள்கிறது
எழுதிக் கொண்டிருக்கையில்
யாரேனும் எட்டிப்பார்த்தால்
தொடர மறுக்கும்
கவிதை போல

●

நரிக்குறவர்கள்
காலி செய்த
கூடாரச் செவ்வகத்தில்
ஒரு புதுப்புல்
கடைசி இரவுக் கலவியின்
வியர்வைத் துளியில்
தழைத்ததோ

●

கலவி முடிந்ததும்
இங்கே
கொட்டிய மழை
வேறு எங்கேனும்
யாரினுடையதையும்
ஊடறுத்திருக்குமா
சந்தேகத்துடன் விழித்து
ஆடைகள் தேடினோம்
இருளில்

●

தொடரும் துயர்கள்
பேசிப் பேசி
நகர்ந்த இரவில்
நேரம் கழித்து
நிகழ்ந்த கலவி
வியர்வை உலரட்டுமென
விட்டு வைத்த
விரிப்பில்
படர்ந்திருக்கிறது
ஜன்னல் வழிப்
புது வெயிலும்
செடி நிழலும்

●

சற்றே பின்னிரவில்
தொழுவில்
அரற்றிக் கொண்டிருக்கும்
பசுவின் குரல் கேட்டு
சாலப் பரிந்து
கலவி பரிமாறினாள்
அமைதியானோம்
பசுவும்
நானும்.

●

குறுகிய வாய்
வழியொழுகும்
மணற்கடிகையின் துகள்கள்
அவ்வராஜகம்
குறித்துப் புகார்
சொல்லும்
முன்
காலம் முடிகிறதென்று
திருப்பி வைக்கிறாய்

●

கயிற்றில் நடப்பவனுக்கு
கவிதைப் பொறிகள்
தோன்றுமோ

●

வெளிச் சொன்ன
வேகத்தோடு
சம்மதங்களை
உள்ளிழுத்துக்
கொள்ளுகிறாய்ப்
பாம்பென
நான் வேண்டுவது
நாவின்
வருடலையல்ல
விஷமேற்றும்
கூடலின்
கடித் தடங்களை

●

என்றாவது
இதழ் திறந்து
மழை அருந்தியிருக்குமா
தொட்டாற் சிணுங்கி

●

ஏதோ ஒரு ஊரில்
நின்றது பேருந்து
அருகில் அதுவரை
வாளாது இருந்தவன்
இறங்கிப் போனான்
நான்தான் கணியன் பூங்குன்றன்
இதுவும் என் ஊரல்ல
என்றபடி

●

இருப்புப் பாதையில் செல்லும்
சரக்கூர்தியில்
ஓட்டுநர்
மற்றும்
நடத்துநர்
இடையில்
பெட்டி பெட்டியாய்
தனிமை

மழை பார்ப்பவனின்
மௌனம் சூழப்
பார்த்துக் கொண்டிருந்தேன்

●

சோம்பலால் அழகாகும்
விடுமுறை
வீடு

●

உச்சி வெயிலில்
இரண்டு
வண்ணத்துப் பூச்சிகள்
கீழ் மேலாய்
மேல் கீழாய்ப்
பறந்து
ஒன்றுக்கொன்று
நிழல் தந்து கொண்டு

●

கோடை- 1

பங்குனியின்
கோடை வெம்மை
உத்திரத் திருநாளில்
படையல் வேகும்
உலை வெம்மை
மார்பு மொய்க்கும்
பார்வை வெம்மை
சன்னதம் கொண்ட
சாமியாடிகளின் உடல் வெம்மை
கொண்டாட்டம் கூடக் கூடப்
பொங்கி வழியும்
காம வெம்மை பார்த்து
இயக்கி இல்லாத
குல சாமிகளின்
தாப வெம்மை
சாமக் கொடையின்
ரத்த வெம்மை
அனைத்தும் அழித்தெழு(து)ம்
பாலசூர்ய இளவெம்மை

●

கோடை-2

வெயிலை வீணாக்காமல்
வடகம் போடும்
வேலையை
முன்னிரவில்
பிரித்துச் செய்யும்
உறவுச் சனம் போல
வரிகளைப்
பிரித்து
அரிந்து கொண்டிருக்கிறோம்
இங்கே

●

கோடை-3

ஆறு சக்கரங்களுக்கு
இடையில் விரையும்
பேருந்து நிழல் பார்த்து
அலகுகள் திறந்து மூடும்
குருகொன்றும் தாயொன்றும்
பட்டு நிற்கும் செடிக்கடியில்
ஒளிந்து கொண்டு

●

கோடை-4

சட்டையிடாத மாரில்
சாய்த்து
தண்ணீர் கொடுத்து
தொப்புளில்
எண்ணெய்
கால்ப் பெருவிரலில்
சுண்ணாம்பு
தடவி
அரைத் தூக்க பிள்ளையை
அரவணைத்தழைத்துப் போய்
ஒன்றுக்கிருக்க வைத்துப்
படுக்க வைப்பாள்

“விட்ட பாம்பு செத்துப் போகும்
மொட்ட வெயிலுல
பகப்பூரா
வெளையாடிட்டு....
நீர்க் கடுக்குன்னு
நடு ராத்திரில
காலை கையை ஒதச்சா...

யோவ் தூங்கிட்டியா
நடு முதுவுல வேக்குரு அரிக்கிது
விசிறிக் காம்பு எட்ட மாட்டேங்கு...

தூங்கிட்டாரு போலெருக்கு...”

தலை சாய்ப்பாள்

கனத்த வியர்வைக்
கையொன்று ஊர்ந்து வரும்
சட்டையில்லாத மார்பில்

•

கோடை-5

நடையொதுங்கும்
வழிப்போக்கனுக்கு
கருப்பட்டியும் நீரும்
தந்துபசரித்த
காலங்களைத் தேடி
பூமி குடைகிறது
ஆழ் துளை ஊர்தி

●

கோடை-6

நெற்றிச் செந்தூரம்
கன்னம் கரைந்து
இன்னும் சிவப்பாகும்
முன் இருக்கைப்
பெண் குழந்தைக்கு
தண்ணீர்போத்தல்
நீட்டுகிறார்
ஓட்டுநர்

●

வர்ணம் பூசி
வசந்தோற்சவம்
கொண்டாடுவோரை
வேடிக்கை பார்க்கிறது
ஒரு வழி தப்பிய
மீன் கொத்தி

●

கொஞ்ச நேரம்
உயரங்களைக்
காட்டி விட்டு
பூமியிலேயே
இறக்கி விடுகின்றன
உன்
ராட்டின நினைவுகள்

●

பாலுண்ட குழந்தை
அயர்ந்து உறங்கி விட்டது
தொட்டிலை விரித்துப்
பிடிக்கச் சைகையில் சொல்லி
தூக்கம் கெடாமல்
தொட்டிலில் இடுகிறாள்
விலக்கிய முந்தானையை
வெட்கமும் விபரமுமாக
மூட யத்தனிக்கும்
பெரியகுழந்தையை
மார்போடு
அணைக்கிறாள்
தாய்மை சிரிக்க
பெண்மை நாண

அன்பின் அந்தர நதியோட்டம்

●

சிறிது பெரிதாய்
வெட்டப் பட்ட மரங்கள்
அறுக்கப் பட்ட மரங்கள்
அடுக்கப் பட்ட மரப்பலகைகள்
இழைத்த மரச் சுருள்கள்,
உதிர்ந்த மரத் துகள்கள்

மரக்கடைக்குள் நின்றிருந்தேன்
கானகத்தின் பிணக் குளிர்ச்சி

●

ஓயாத புகைச்சலால்
சித்தர்களின்
நிட்டை கெடுகிறதோ
காசம் முற்றும் முன்பே
வந்திருக்கலாம்
கவலைப் படுகிறது
பொதிகை மலையுலவும்
புதுமைப்பித்தன் ஆவி

●

சுருணைத் துணிக்கடியிலிருந்து
ஓடும்
பூரான் போல
தூங்கி விழித்தவனின்
இமைகளுக்குள்ளிருந்து
ஓடுகிறது
கடைசிக் கனவு

●

சுற்றாத
காற்றாலைச் சிறகில்
உட்கார்ந்திருக்கிறது
ஒரு பறவை

●

உன் நினைவை
மீட்டுக் கொடுத்தான்
உன் காதலன்

●

நிச்சயமாக
நட்சத்திரங்களை விட
அதிகம்
வேப்பம் பூக்கள்

●

ஈர்க்கிடை போகா
யட்சியின்
சிலை முலைக்கிடை
புகுந்து
சட்டையுரிக்கிறது
ஆண் நாகம்

●

உறங்குபவனின்
ஒரு கண்ணிலிருந்து
மறு கண்ணுக்கு
மணற் கடிகையின்
மணல்த் துகள்கள் போல்
கனவுகளை
இடம் மாற்றி
இடம் மாற்றி
காலம் தன்
காலத்தைக் கழிக்கிறது

●

சேறழைந்து
நிர்வாணம் மறைக்கும்
விலாங்கு மீன்

●

தலை விழுந்து
உடன் வரும்
வேப்பம் பூவின்
அதே வாசனைதான்
மரம் முறிக்கும் போதும்

●

பூதத்தாரின்
பெருவயிற்றினை
ஆபரணம் போல்
சுற்றி வளைந்து
ஒவ்வொரு நாளும்
தன் வளர்ச்சி
அளக்கிறது
வன நாகம்

பூசாரி வந்தால்
போய் எங்கோ
ஒளிந்து கொள்கிறது

●

நையப் புடைக்கும்
சங்கிலி பூதத்தானின்
அழகு பார்த்து வெட்கி
லிங்கமாகி
நிற்கிறான்
நெல்லையப்பன்
காந்திமதியோ
போ மிச்சப் பாலைக்
கொடுத்து வாவென
சம்பந்தனை அனுப்புகிறாள்

●

வெயிலில்
வாடிப் போயிருக்கிறது
பூஞ்செடி விற்பவனின்
குரல்

●

மரியாதை நிமித்தம்
குலக் கிழவோனை
அவனறையில்
நலம் விசாரித்து விட்டு
வரவேற்பறையில்
கலகலக்கும்
விருந்தினர்கள் போல
அடிமரம் தழுவிய
காற்று
இலைகளிடம்
அளவளாவுகிறது
கொள்ளை மகிழ்ச்சியுடன்

●

உச்சிக் காலம் முடிந்து
அடைத்த நடையை
சற்றே வெயில் தாழத்
திறக்கிறான்
காவலாளி
கோயில்
அமைதியாயிருக்கிறது

காமத்தைப் போல

●

புனைவின் காமம்
கலையில் தீரணும்

●

ஊசியின் காதில்
ரகசியம் சொல்லத்
துடித்துக் காத்திருக்கிறது
நூல் கண்டின்
உள் நுனி

●

வற்றிக்
கொண்டிருக்கும்
குளச் சகதியில்
நீரருந்த வரும்
குட்டி ஆட்டைக்
கடைசிக் கனிவுடன்
பார்க்கிறது
மெலிந்த
ஒற்றைத் தாமரை

●

முட் கூர்மையின்
முதல் சந்திப்பு
உடலில் ஒரு புள்ளியில் தான்

கில்லெட்டின்
முதலில் எழுதும்
நீள் ரத்த
நேர் கோட்டிலேயே
உடல் முண்டம்
உறுதி செய்யப்படுகிறது

சுக்கிலம்
துளைக்கும் ஒற்றைச்
சுரோணிதத்திலொரு
புள்ளியில்
உறுதி செய்யப்படுகிறது
ரத்தமும் சதையுமாய்
உயிர்

●

ஒரு போதும்
கவிஞன்
அறிவதில்லை
ஒரு வாசகனின்
பொற் கணத்தை
தான் எழுதிக்
கொண்டிருக்கிறோமென்று

●

இடம் பொருள் ஏவல்
சாராமல்
மழையை மட்டும்
ஞாவகம் வைத்துக் கொள்வது
எங்ஙனம்

●

அவ்வப்போது
எறும்பொன்று ஊரும்
ஒரு சங்கு புஷ்பம்
மட்டுமே
நினைவெங்கும்
வியாபித்திருக்கிறது
இன்று பூராவும்

●

தாண்டவம் முடிந்தும்
தணியாக் காமத்துடன்
நெருங்கும்
ருத்ரனிடம்
அலுத்துக் கொண்டாள்
உமை
எந்தக் கூடலிலும்
கருத் தரிக்க முடியாத
தன் கன்னிமை வரம்
குறித்து
●

தெருவோரக் கடைகளின்
பொருட்களை
வேடிக்கை பார்க்கக் கூட விடாமல்
விரட்டி இழுத்துச் செல்கிற
கணவன் போல
இந்த விடியலுக்கு
ஏன் இவ்வளவு
அவசரம்
●

குடை ரிப்பேர்க்காரனின்
உடைமைகள் போல்
கிழிசல்ப் படிமங்களுடன்
ஆரம்பிக்கிறது
ஒரு நாள்
●

நடு நிசியில்
வீட்டை நெருங்கி வரும்
ராப்பாடியின்
மணியோசை
ஏதேனும்
கெட்டதாக வாக்குச்
சொல்லி விடுமோ

எனும் பயம் போல
நகர்கிறது
பகல்

●

தி.ஜானகிராமன் சொல்வார்
பார்ப்பதற்கும் வியப்பதற்கும்
விஷயமாயில்லை
கை ரேகையையே
ஒரு நாள் முழுக்கப் பார்க்கலாம்

பார்த்துக் கொண்டிருந்தேன்
முதலில்
முட்டுச் சந்துகளாகத் தோன்றிய
ரேகைகள்
மேடுகள் தாண்டி
ஓடும்
கடலுள் வழியும்
நதிகளாயின

●

விடுமுறைக் குழந்தைகள்
தாயோடு தன் வீடு
திரும்பி விட்டன
அணில் தேன்சிட்டு
அடைக்கலாங்குருவி
என சகல சத்தமும்
காது திரும்புகிறது

●

தற்செயலாய்க் கவனித்தேன்
தாண்டவக்கோனுக்கும்
புத்தனின்
சாயல்

●

யாரும்
வாசிக்க முடியாத
மாந்திரீக யதார்த்த
முகத்துடன்
அமர்ந்திருக்கிறான்
தன் மூலதனக் குவியல் நடுவே
பழைய புத்தகக் கடைக்காரன்

●

கழைக் கூத்தாடிய
பெண்
ஏந்தி வரும்
தட்டில்
சிறகுதிர்த்துப் போகிறது
பறவையொன்று

●

குழந்தை
வரைந்தது
பறவைகளை மட்டுமே
வானம்
தானாக உருவானது

●

மீன் வரைந்ததும்
முனையொடிந்த
பென்சிலை அவசரமாய்ச்
சீவுகிறது குழந்தை
தண்ணீர்க் கோடுகள்
தீற்ற

●

நீருடன்
இடுப்பில் குடம்
அழுந்தி நிற்பதைப் போல

இசையுடன்
கழுத்தில் வயலின்
அழுந்தி இருப்பது போல

வலியுடன்
நினைவில் இறந்தகாலம்
நீராய் இசையாய் நீ

●

நல்ல கவிதையோ
அநல்லதோ
எழுதும் பொழுதெல்லாம்
உடனிருந்து
வாசிக்கிறது
என்பு தோலின்
மீது படிந்த ஒரு
மாயத் துயரம்

●

இன்றையப் பறத்தல்
முடித்து குஞ்சுகளிடம்
திரும்பி விட்ட
காகங்கள் சில கருக்கலில்
கூட்டின் அருகாமை
வீட்டின் முன்றிலில்
உணவூட்டும் தாயின் முன்
பாடம் கேட்க மட்டுமே
வந்தவை போல்
பசியின்றி
அமர்ந்திருக்கின்றன

●

தடியூன்றி
ஆடு மேய்ப்பவனை
ஆச்சரியத்துடன்
பார்க்கின்றன
புதிய குட்டிகள்
மூன்று காலில்
எப்படி நடக்கிறான்

●

பூ
கேட்டுப் பிந்தி வந்த
குழந்தை
இல்லையே என்றதும்
முகம் வாடித்
திரும்புகிறது

●

நூறு பூ தாங்க....
எனக் கேட்கும்
குழந்தைக்கு
எண்ணாமல்
பத்துக் கண்ணிகள்
அதிகமாய் விட்டு
நறுக்கித் தரும்
பெண்ணுக்காகப்
பெய்கிறது மழை

●

அதி காலையிலேயே
தோள் வழிய வழியப்
பஞ்சு மிட்டாய்
சுமந்து செல்கிறான்
விற்பதற்காக
மனம்
கனக்கிறது

●

பிரத்யேக ஓசையுடனான
மணியடித்தபடி
வரும்
சவ்வு மிட்டாய்க்காரருக்குத்
தெரிந்ததெல்லாம்
வாட்சு தேள்
மற்றும்
மணியடிக்கும்
குழந்தைகளின்
கன்னத்தில்
ஒரு விரற்கடையளவுச்
சவ்வுமிட்டாய்
ஒட்டுதல்

●

பள்ளிக் குழந்தைகளை
அள்ளிப்போட்டு
வாகனங்கள் போனபின்
தெருவுக்கு வந்து
ஏமாந்து திரும்புகிறது
ஏதோ ஒரு
கோயில் யானை

●

ஆழம் பதுங்கிருக்கும்
அமைதியான
தடாகத்தை
பயத்துடன்
பார்த்துக் கொண்டிருந்தபோது
நீல மின்னலாய்
வந்தொரு மீன் கொத்தி
இரை கவ்விப் பறக்கிறது

●

வீசி
கடல் அமிழும்
வலையின்
கீழ்
சிக்காது
நீந்துகின்றன
வழியனுப்பியவளின்
இரு கண் மீன்கள்

●

கொலு பொம்மை
அடுக்குதலை விட
ஒழுங்கு குறைவு
புனைவும் அதிகம்
குழந்தைகள்
செப்புச் சட்டி பானை
அடுக்குதலில்

●

செப்புச் சட்டி பானை
விளையாட்டுச் சமையலில்
பசி தீர்ந்துவிடும்
குழந்தைகள் போல்
திருப்தி வந்து விடுமா
எழுதுகிறவனுக்கு

●

குழந்தை
அனுப்பிய காற்று
முத்தத்தை
இடையில் பறந்த
வண்ணத்துப் பூச்சி
வாரிச் செல்கிறது

(மனுஷி பாரதிக்கு)

●

ஒரு
செம்பருத்திப் பூவிற்கு
பச்சை வர்ணம்
தீட்டும் குழந்தையின்
சொற் பேச்சைத்
தட்டாமல் தலைசாய்க்கிறது
தூரிகை

●

கனவுகள் ஏதும்
வந்ததா
கண்ணப்ப நாயனாருக்கு
கண் மூடிக்
கண் தோண்டிக்
கண் தைக்கும்
நேரத்தில்

●

தலையை
ஐந்தாக ஆயிரமாக
யோசித்த கலைஞன்
வால் ஒன்று போதுமென
நினைத்ததேனோ

●

யாரும் நீராட
இனியும் வரலாமென
ஓடிக் கொண்டேயிருக்கிறது
நதி
எங்கேனும்
ஏதேனும் ஒரு மொழியில்
அகர வரிசையைக்
கற்றுக் கொண்டிருக்கிறது
ஒரு குழந்தை

●

பச்சைய உலகில்
கலகம் செய்கின்றன
பூக்கள்

●

முதிய்ய
மரத்தின்
உச்சிக் கிளையிலிருந்து
உதிரும்
ஒரு பழுத்த இலை
நொடியில் கடக்கிறது
நூற்றாண்டுகள்
வளர்த்த உயரத்தை

●

இருளோ
ஒளியோ
துருவ நட்சத்திரத் துளை
வழியே
கசிந்து பெருகுகிறது

●

எத்தனை
குடைகள் விரித்தாலும்
ஒளித்து வைக்க முடிகிறதா
மழையை
கேள்வி விரிக்கிறது
ஒரு குடைக்காளான்

●

ஏன்
உன் வரிகள்
நீலம் பாரித்துக் கிடக்கின்றன
நஞ்சை
அமுதூட்டிய
அந்த யட்சியிடம்
போய்க் கேள்.

●

எழுதி
நிறுவிக் கொள்வான்
எழுத்தாளன்
இசைந்து இசைத்து
நிறுவிக் கொள்வான்
இசைஞன்
ஆய்ந்தாய்ந்து
நிறுவிக் கொள்வான்
விஞ்ஞானி

பெய்தும் பொய்த்தும்
நிறுவிக் கொள்ளும்
மழை

●

டிராயர்ப் பையில்
ஒளித்து எடுத்து வந்த
தின் பண்டங்களை
நண்பர்கள் மத்தியில்
குடைந்து குடைந்து
எடுத்து வைப்பது போல்
வைக்கிறான்
உடைந்து நொறுங்கிப் போன
படிமங்களை

முகத்தில் மட்டும்
கவிதைக்கான தவிப்புடன்

●

தொட்டியோ
கடலோ
மீன்கள் நீந்துவது
அதே தூரம்தான்

●

தட்டானின்
தண்ணீர்ச் சிறகுகளுக்கெதற்கு
அமரும் பூ விடுத்து
தனியே நிறம்

●

ஒவ்வொரு வண்ணத்
தீற்றலுக்குப் பின்னும்
ஒளிந்திருக்கிறது
ஒரு
ஊடகத் திரவம்

●

இந்தக்
கல் யானைக்
கவிதை
சரியாய்ச் சமைந்ததும்
உங்கள் கண்களைக்
கட்ட வருகிறேன்

●

திடீரெனப்
பெயர் அழைக்கப்பட்டுத்
திரும்ப நேரும் போதெல்லாம்
கண்களில்
ஏன் இவ்வளவு
இறந்த காலம்

●

அவன் சுத்தியல்ச் சொல்லுக்கு
மெலிந்து வளைந்து
ஒடிந்து ஒட்டி
என் ஜன்னலாகும்
இரும்பைப்
பார்த்துக் கொண்டிருந்தேன்

ஒரு ஜென் மனநிலையோடு
(The Zen and the Black smith)

●

வாழ்கிறோமோ இல்லையோ
செண்பகப் பூ
விற்கிற குரல் கேட்டு
ஆரம்பிக்கிற
நாள்
நன்றாகவே இருக்கிறது

(ரோஹிணிக்கு)

●

ஆற்றின்
தொடர் பாடலைக்
கேட்டுக்கொண்டிருக்கிறது
ஒரு மருத நில
உரிப்பொருள் போல
படித்துறையில்
யாரோ
மறந்து வைத்த
யாரும் எடுத்துப் போகாத
சோப்பு டப்பா

●

படிப்படியாய்

நீராடி முடித்து
காலடிகளின்
ஈர முத்தங்கள்
கீழ்ப் படிகளுக்குப்
பரிமாறி
கரையேறுகிறாள்
ஏங்கி ஏமாறுகின்றன
உலர்ந்து கிடக்கும்
படித்துறையின்
உச்சிப் படிகள்

●

நின்று சலித்த மரங்கள்
நிழல்க் கால்கள்
மாற்றிக் கொள்கின்றன
சூரியன்
தெற்கு நோக்கிப்
பயணம்

●

கிளிப் பச்சை
இலைப் பச்சை
காப்பிக் கொட்டைக் கலர்
தீப்பெட்டி ஊதா
கத்திரிப் பூ நிறம்
மொளகா (வ)த்தச் சிகப்பு
வாடாமல்லி
பால் வெள்ளை
(ப் பசு வீட்டுக்காகாது)
நாய் வெள்ளை
(நல்லது)

நிறங்கள் ஏற்கெனவே
இருகின்றன
பெயர்களால்
பெயர் மட்டுமே
நாம் சூட்டுகிறோம்

●

என் வீட்டுத்
திண்ணையில்
சற்றே தங்கி
நீரருந்திச் சென்ற
நாடோடிப் பெண்ணின்
வியர்வை வாசனையை
வீட்டுக்குள்
எடுத்து வந்தேன்
காலித் தம்ளருடன்

●

உன் கவிதையின்
ஊற்றுக் கண்
தேடிக் கண்டதில்
ஒரு கை நீர் சேந்தினேன்
மண் மணமும்
வெது வெதுப்புமாய்
விரல் வழி
வழிகிறது
நான் எழுத நினைத்திருந்த
ஒரு கவிதை

●

நேற்று நீ
கனவில் வந்து போன
ரகசியம் அறிந்த
தலையணைகளை
இள வெயிலில்
உலர வைக்கிறாள்
மனைவி
லேசாக மனம் பதறுவது
தெரியாமல்

நீ எங்கே நீ எங்கே

●

உன்னை வழி மறித்து
மதப் பிரச்சார வெளியீடுகள்
விநியோகிப்பவனைக் கூட
புன்னகையுடன் நீ
எதிர் கொண்ட பொறாமை
இன்னும் தீரவில்லை

நீ எங்கே நீ எங்கே

●

தரை விட்டெழும்ப
முடியாத
வாலெனப்
பார்க்கிறேன்
படமெடுத்தாடும்
உன்
பால்ய முகத்தை

நீ எங்கே நீ எங்கே..

●

நினைவிருக்கிறதா
நீ ஏறவிருக்கும்
பேருந்துக்கு அடியில்
சென்ற நாய்க்குட்டி
விரட்ட விரட்ட
சக்கரங்களுக்கிடையில்
பாந்தமாகப்
பதுங்கிக் கொண்டு
நேரம் கடத்தியதை

நீ எங்கே நீ எங்கே

●

நம்மைப் பேருந்து
நிழற் குடையில்
கண நேரம்
சேர்த்து வைத்திருந்த
இறந்த காலத்து மழை

இன்றும் பெய்கிறது
எப்போதுமே
நனையாத
என் வெக்கை
நினைவுகளில்

நீ எங்கே... நீ எங்கே...

●

நதிக் கரையோரம்
நடந்து போகிற
ஆசையும் வீழ்ந்தது
அருவி முகட்டில்

●

சாம்பலாய்க்
காற்றெங்கும்
பறந்து தேடுகிறது
நேற்றுக்
கூடியிருந்த காலடிகளை
தீமிதி விழாவின்
எரிந்தணைந்த
நெருப்புத் துண்டங்கள்

●

நெருங்கி வரும்
பறவையின் நிழலில்
சற்றே வெயில் மறக்கிறது
என்பிலாப் புழு

●

வரவேற்பறை தாண்டி
உன்
வீட்டின் அமைப்பைப்
பார்த்ததில்லை நான்
நேற்றையக் கனவில்
நீ அடுப்படிக்கு அழைத்தும்
வர இயலவில்லை
கனவுகளுக்கும்
தர்க்கம் உண்டு போலும்

●

சமனின்றி ஆடுகிற
புதிய மேசைக்கு
கிழித்துச்
‘சக்கை’ கொடுத்த
தாளில்த்தான்
முற்றுப் பெறாத
கவிதை வரிகள் போலும்
குறிப்புகளை
நினைவு படுத்தித் தோற்கும்
மூளை நசுங்கிக் கொண்டிருக்கிறது
மேசைக் காலுக்கடியில்

●

நடைசாத்தும்
முன்பே
தலை வைத்துத்
தூங்கி விட்டான்
போலிருக்கிறது
கோபுர வாசல்க்
கதவில்
நசுங்கிக் கிடக்கிறது
வீடற்றவனின் தலை

●

தவம் செய்கிற புத்தனைப்
பார்த்துப் பார்த்துப்
பயந்தபடியே
உண்ணுகிறது
ஒரு கனிந்த
அரசம் பழத்தை
அணில் ஒன்று

●

புத்தன்
தான் இன்னும்
ஞானம் பெறவில்லை
என்பது போல் வந்த
சித்தார்த்தக் கனவை நினைத்துச்
சிரிக்கிறான்
அதிகாலை அதிர்ச்சி
விழிப்புக்குப் பின்

●

புத்தன்
தடாக நடுவின்
தாமரையைப் பார்க்கிறான்
சிறு முறுவலுடன்
பாய்ந்து நீந்திப்
பறித்து வந்து நீட்டுகிறான்
ஆடு மேய்க்கும் சிறுவன்
புதிய முறுவலுடன்

அவனிடம் அன்று
கடன் வாங்கியதுதான்
இன்று புத்தனிடம்
நாம் காணும்
இன் முறுவல்

●

அளவான
சதை வளைவுகள்
தீட்டுகிறான்
பேராசையற்ற
ஓவியன்

●

ஆயிரத்திற்கு அதிகமாக
பூப்பறித்தேன் என்கிறாள்
என்னவெல்லாம்
சிந்தனை ஓடியிருக்குமோ

●

மீட்டுதலின் உச்சத்தில்
அறுந்து இணைகின்றன
அருகருகான
வீணைத் தந்திகள்

●

தொடு வானில்
கண் முட்டும் இடத்தில்
துவங்குகிறது
தண்டவாளமும் வானவில்லும்
ரயிலுக்குக் காத்திருக்கும்
குழந்தையொன்று சொல்கிறது
அப்பா ரயில் வானவில்லில்
ஏறிப் போய் விட்டால்
என்ன செய்யறது

●

அற்புதப் படிமம்
தோன்றிய போது
ரயில் வந்து
அன்போடு ஏற்றிச் சென்ற
அதே நடை மேடையில்
இனி வராதே என்கிற மாதிரி
இறக்கி விட்டு
அது பாட்டுக்குப் போகிறது

அழுகிற மனிதர்களை
ரயில் கூடப் புரிந்து வைத்திருக்கிறது

●

ஆட்கொல்லிக் கவிதை
பிடிக்கக்
கட்டி வைத்த படிமம்
இலை தழைகளால்
மறைந்த கூண்டுக்குள்
கட்டிப் போடப்பட்ட
ஆட்டுக் குட்டியென
அரற்றிக் கொண்டிருக்கிறது

இரவெல்லாம்
தின்று தீர்த்த கனவுகளுடன்

●

கழுத்தைத் திருகுகையில்
கைப்பிடிக்குத்
தப்பிய சாவல்
நீர் சொட்டச் சொட்ட
சொள்ளமாடன்
தலையில் நின்று
அபயக் கேவலிடுகிறது

●

கண்டிக்கும் குழந்தைகள்
கண் மறைவானதும்
ஒரு கரண்டி
பாயசம்
அதிகம் விடுகிறாள்
காதல் பொங்க
மனைவி
இனிப்பு நோய்க்
கணவனுக்கு

●

ஏகலைவ விரல்கள்

புள்ளிகள் வைத்த பின்
விரல்களறிந்து கொள்ளும்
வாசல்க் கோலத்தின் வடிவத்தை

யாழோ குழலோ தோலோ
பழகிய விரல்களறியும்
சுர பேதம்

கணினி விசைப் பலகையின்
அழிந்த எழுத்துகளை
அரசு அலுவலகத்தின்
அறிந்த விரல்கள் அறியும்

நடந்து களைத்த
பாதம் நீவி கால் விரல்
நகம் திருத்தும்
கை விரல்கள்

கொய்யும் தொடுக்கும்
குழந்தைக்குச் சோறூட்டும்
கைகுலுக்கும்
கண்ணீர் துடைக்கும்
கயிற்றில் சுருக்கிடும்
கட்டை விரல் அறுத்து
காணிக்கை தரும்

எழுதும் தீட்டும் எய்யும்
எண்ணும்
ஏகலைவனுக்கு மட்டும்
ஒன்று குறைவாய்

•

தோள்க் கிழவன்

என் புனைவின்
திசையைக் கட்டளையிடும்
ஒருவனைத்
தோளில் சுமக்கிறேன்
நான் தாங்கிக் கொள்ளப்
பழகி விட்டாலும்
உனக்குச் சரி
எனக்கென்ன விதி
அவனைச் சுமக்க
1001 கதைகளில் ஒரு
புனைவைக் கூட
நீ படித்ததில்லையாவெனும்
என் நிழலின் நச்சரிப்புத்தான்
தாங்க முடியாததாயிருக்கிறது

இப்போது நிழலைக்
கொல்லும்
நிஜங்களைப் பற்றித்
தீவிரமாய் யோசிக்கிறோம்
நானும் தோள்க் கிழவனும்

●

தெரு

போகிறவனின் இடப்புறம்
வருகிறவனின் வலப்புறமாக
மாறும் விந்தையை
விளக்குமா
காது கிழிக்கும்
ஒலிபெருக்கியென்று
கவனமாய்க் கேட்கிறது
காலகாலமாய்

நாய்கள் மேல்
தனியன்பு தெருவுக்கு
தறி ஓடம் போல்
அங்குமிங்கும் ஓடி
தனக்குப் போர்வை நெய்வதாய்

தண்ணீர் வரிசைக்கு
ஓட்டை உடைசல்
அடையாளம் வைப்பவர்கள்
சாத்திய கதவைத் திறக்கவே
சகுனம் பார்ப்பவர்கள்
யாவரும் கண்ணயரும்
மூன்றாம் சாமத்தில்
சாக்கடை மாறிக்கொள்ளும்
பெருச்சாளிகளும்
வீடு மாறிக் கொள்ளும்
பூனைகளுமே துணை
உறங்காத தெருவுக்கு
யார் வீட்டுக் குப்பைகளையும்
இறந்தவன் உதிர்த்துப் போகும்
பூக்களையும்
சூடிக் கொள்ளுவதில் எல்லாம்
தெருவுக்கு
எந்த ஆவலாதியுமில்லை

இடுப்புக் குழந்தை
இறங்கி நடந்து வர
அடம் பிடிக்கையில்
அனுமதிக்க மறுக்கும் தாயிடம்
மட்டும் செல்லமாய்க்
கோபிக்கிறது தெரு

என் காற்றுக்குத்
தெரியுமா
உனக்குப் பிடிக்காத
பாடல் என்று

●

வெளிச்சம் இல்லாத
இடத்தில்
நிழல் இருக்குமா
வெளிச்சத்தைத்
தேடிக் கொண்டு
இருக்கும்

●

கரை நிற்கும்
என் கால் தொடுகிறது
ஒரு தேய்ந்த
நீர் வட்டம்
எங்கே யார்
எறிந்த கல்லின்

மையத்தில்
ஆரம்பித்ததோ

●

காயத் தொடங்கும்
கண்ணீர்
ஒழுகி
நிற்க ஆரம்பித்த மூக்கு
பதற்றத்துடன்
குளிரும் ஆட்டும்
அம்மண உடலுடன்
படித்துறையில் நீராட்டி
அமர வைத்த குழந்தை
வைத்த கண்
வாங்காமல்
நொடியில்
முழுகி முழுகி
எழுகிறாள்
நதி சொல்லும்
எதையும் கேட்காது
தாய்

●

நேர் கோடுகளால்
மட்டுமே
நிறைவு பெறுவதில்லை
ஒரு
ஓவியம்

●

துடுப்புகள்
எதற்கு
நோவாவின்
படகிற்கு

●

கவிதைக்குள்
ஒன்று சேரும்
அகராதியில்
பிரிந்து கொள்ளும்
பாதரசத் திவலைகளென
வார்த்தைகள்

●

பள்ளி வாகனத்திற்குள்
பிள்ளைகளைத் திணித்தனுப்பி
சற்றே விட்டேற்றியாய்
வீடு புகும்
அம்மாவை
முனு முனுத்து சுற்றி வருகிறது
குழந்தைகளிடமிருந்து
தொற்றிக் கொண்ட
ஒரு புதிய திரைப்படப் பாடல்

●

திறந்து மூடி திறந்து மூடி
மேய்ப்பனின்
பொழுது போக்கிய
தொட்டாற் சிணுங்கி
கடைசியாய் விரிந்தபோது
தூரத்துப் புற்கள் தேடிப்
போயிருந்தனர்
பசுக்களும் மேய்ப்பனும்.

●

தன்னைப் பற்றியும்
பாடச் சொல்லி
தண்ணீர் முத்துக்கள்
சூடியிருக்கிறது
தாமரையிலை

●

சின்னவளைச் சேர்த்து
விளையாடு என்றால்
பெரியவள் தேர்ந்தெடுப்பது
டீச்சர் விளையாட்டை

●

தூரத்து
வேதக் கோயில் மணி
நகராட்சிச் சங்கு
ஊர் கடக்கும் ரயில்
ஒலிகள் கேட்கும் போதெல்லாம்
கடிகாரம் பார்க்கச் சொல்கிறது
ஒரு புராதன மனது

●

நீ
விரித்து வைத்த
புத்தகங்களைப்
புரட்டிப் புரட்டிப்
படிக்கிறது
பாடல் சுமந்து வராத
காற்று

●

இரவின் மழைத்
துளியை
இன்னும் சொட்டிவிடாமல்
ஏந்திக் கொண்டு
சில காலை
இலைத் தளிர்கள்

●

தன் குறிப்பின்
அழகான கையெழுத்தைத்
தானே வியந்து
தள்ளி வைத்தான்
தற்கொலையை

●

ஒரு நிமிடம்
என்னிடம் தந்து
மறுபடி வாங்கிக் கொண்டது
குழந்தை
யாரென்று பார்க்குமா
என் கையிலும்
சுற்றிக் கொண்டிருந்தது
தாள்க் காத்தாடி
சுழல்வது யார் காலம்

●

கலாப்ரியாவின் படைப்புகள்

கவிதைகள்

வெள்ளம்	1973	வண்ணதாசன் பதிப்பு
தீர்த்த யாத்திரை	1973	வண்ணதாசன் பதிப்பு
மற்றாங்கே	1979	அன்னம், சிவகங்கை
எட்டயபுரம்	1982	அன்னம், சிவகங்கை
சுயம்வரம் மற்றும் கவிதைகள்	1985	மீட்சி, தர்மபுரி.
உலகெல்லாம் சூரியன்	1993	ஸ்னேகா, சென்னை.
கலாப்ரியா கவிதைகள்	1994	காவ்யா, பெங்களூர்.
அனிச்சம்	2000	தமிழினி, சென்னை.
கலாப்ரியா கவிதைகள்	2000	தமிழினி, சென்னை.
வனம் புகுதல்	2003	புதுமைப்பித்தன், சென்னை.
எல்லாம் கலந்த காற்று	2007	வ.உ.சி நூலகம், சென்னை.
கலாப்ரியா கவிதைகள்	2011	சந்தியா, சென்னை.
நான் நீ மீன்	2011	உயிர்மை, சென்னை.
உளமுற்ற தீ	2013	சந்தியா, சென்னை.
தண்ணீர்ச் சிறகுகள்	2014	சந்தியா, சென்னை.

கட்டுரைகள்

நினைவின் தாழ்வாரங்கள்	2010	சந்தியா, சென்னை.
ஓடும் நதி	2010	அந்திமழை, சென்னை.
உருள் பெருந்தேர்	2011	சந்தியா, சென்னை.
சுவரொட்டி	2013	கயல் கவின், சென்னை.
காற்றின் பாடல்	2013	புதிய தலைமுறை, சென்னை.
மறைந்து திரியும் நீரோடை	2014	சந்தியா, சென்னை.